સંવાદની શક્તિ

શિક્ષણથી જીવન સુધી

ભાવિન સોની

સામગ્રી

પ્રસ્તાવના

પુસ્તક વિષે

"સંવાદની શક્તિ: શિક્ષણથી જીવન સુધી"

આ પુસ્તક એક યાત્રા છે — શબ્દોથી લાગણીઓ સુધી, શીખવાથી સંબંધો સુધી, અને સંસ્કૃતિથી આત્મસંવાદ સુધીની યાત્રા.

"સંવાદની શક્તિ: શિક્ષણથી જીવન સુધી" એ એક અત્યંત સરળ, સમજુ અને આત્મિય ગ્રંથ છે, જે સંવાદની કળાને જીવનના દરેક ક્ષેત્રમાં પ્રકાશિત કરે છે. પુસ્તકમાં શિક્ષણક્ષેત્ર, કાર્યસ્થળ, વ્યક્તિગત સંબંધો, સાંભળવાની ક્ષમતા, ભારતીય સંસ્કૃતિ અને ડિજિટલ યુગમાં સંવાદ જેવા વિષયોને ખૂબ લાગણીપૂર્વક, દાખલાઓ અને વિચારચિંતન દ્વારા સમજાવવામાં આવ્યા છે.

પ્રત્યેક અધ્યાયે માત્ર માહિતી નથી આપતો, પણ પ્રેરણા આપે છે — કેવી રીતે આપણું શબ્દવ્યવહાર આપણા વ્યક્તિત્વ, નેતૃત્વ અને સંબંધોનું આકાર આપતું માધ્યમ બની શકે છે.

લેખક શ્રી ભાવિન ગોવિંદભાઈ સોની, એક મનોવિજ્ઞાનવિદ અને શિક્ષક તરીકે તેમના અનુભવો અને આંતરિક દ્રષ્ટિ દ્વારા વાચકને કહે છે કે —

"સંવાદ એ એક કૌશલ્ય નથી, એ જીવન જીવવાની કળા છે."

આ પુસ્તક શિક્ષકો, વિદ્યાર્થીઓ, પેરેન્ટ્સ, નેતાઓ અને દરેક વ્યક્તિ માટે છે — જે સંબંધો, સમજણ અને સ્વઉત્કર્ષ માટે સંવાદશીલ બનવા માગે છે.

સૂક્ષ્મતા સાથે લખાયેલ, પ્રેરણા અને પ્રયોગ બંનેથી ભરેલું આ પુસ્તક એક એવી ભેટ છે —

જે વાચકને પોતાની અંદર વાર્તા શરૂ કરવાની ઇચ્છા જગાવે છે.

સ્વીકૃતિઓ

<u>અર્પણ</u>
જેમની સાથે મારો પહેલો સંવાદ થયો
એ મારી માતા ને ...
જેમનું *વ્યક્તિત્વ મારા માટે હમેશા પ્રેરણાદાયી બની રહ્યુ*
એવા મારા પિતાને....
દરેક મુશ્કેલ પરિસ્થિતિમા મને પીઠબળ પૂરું પાડ્યું એવા
મારા મોટાભાઈ ને ..
જ્યા હું લોક સંવાદ શીખ્યો એ
મારા પંચાયત ઘર ને...
જ્યાં મેં મારી શિક્ષણ યાત્રા શરુ કરી એ
નૂતન પરિવાર ને...
અંતે
જેઓ દર વખતે ફરિયાદ કરે છે કે જેમને હું સમય નથી આપી
શકતો
એવા મારા મિત્રો ને.....
સાદર-સપ્રેમ

-ભાવિન

1
સંવાદના મહત્ત્વને સમજીએ

માનવી સામાજિક પ્રાણી છે. સંવાદ એ વ્યક્તિને સમાજ સાથે જોડતો, સંબંધો બાંધતો અને વિચારો વહેતા રાખતો મૂળ સાધન છે. શિક્ષણક્ષેત્રમાં સંવાદની ભૂમિકા તો વધુ અગત્યની બને છે. શિક્ષક, વિદ્યાર્થી, માતા-પિતા અને શિક્ષણ સંસ્થાઓ વચ્ચેના સ્પષ્ટ વહેણ વિના ધનિષ્ઠ શિક્ષણ શક્ય નથી.

સંવાદ એટલે શું?

સંવાદનો અર્થ માત્ર બોલવામાં નથી, પરંતુ વિચારો, ભાવનાઓ, માહિતી અને માન્યતાઓના આપ-લે મા છે. આ આપ-લે શાબ્દિક પણ હોઈ શકે અને સંકેતો (body language, expressions) દ્વારા પણ.

દૈનિક જીવનમાં આપણે સતત સંવાદની ક્રિયામાં રહીએ છીએ — ઘરપરિવારમાં, શાળામાં, મિત્રોમાં, સોશ્યલ મિડિયામાં, અથવા કોઈ મન ના ખૂણામા. સંવાદ માત્ર માહિતી આપવાનું સાધન નથી, પણ તે સંબંધો નિર્માણ અને વિશ્વાસ સ્થાપિત કરવાનો પાયો છે.

શૈક્ષણિક ક્ષેત્રમાં સંવાદનું મહત્વ

વિદ્યાર્થીઓને શીખવાડતી વખતે શિક્ષકે માત્ર વાચન જ કરવો નથી, પણ તેમને પ્રેરણા આપવી, તેમની સાથે સહાનુભૂતિ ધરવી, અને સમજદારીથી વાટાઘાટ કરવી પણ આવશ્યક બને છે. એટલે જ

આજના સમયમાં શિક્ષક Communication Facilitator બની રહ્યો છે.

વિદ્યાર્થી પણ ત્યારે બધું સારી રીતે શીખી શકે છે જ્યારે તે ખુલ્લેઆમ પ્રશ્નો પુછી શકે, પોતાનો વિચાર રજૂ કરી શકે, અને શિક્ષક સાથે સહજ સંવાદ રાખી શકે.

જીવનમાંથી ઉદાહરણ: ડો. એ. પી. જે. અબ્દુલ કલામ

ભારતના પૂર્વ રાષ્ટ્રપતિ અને વિજ્ઞાનીઓમાં અગ્રણી, ડૉ. એ. પી. જે. અબ્દુલ કલામનું સંવાદ પ્રત્યેનું દ્રષ્ટિકોણ ખૂબ જ અનોખું હતું. તેઓ મોટાભાગે વિદ્યાર્થીઓ સાથે વારંવાર મળતા અને તેમના પ્રશ્નોને ખૂબ રસપૂર્વક સાંભળી જવાબ આપતા. એક વખત એક વિદ્યાર્થીએ પૂછ્યું:

"સર, ભવિષ્યમાં કેવી રીતે સફળ થવું?"

ત્યારે કલામ સાહેબે કહ્યું,

"First communicate with yourself. Know your strengths and weaknesses. Then communicate your vision to the world."

તેઓના દરેક ભાષણમાં સ્પષ્ટતા, દૂરદ્રષ્ટિ અને સંબંધ બાંધવાની ક્ષમતા દેખાતી હતી. તેઓ એક પ્રેરણાદાયક દ્રષ્ટાંત છે કે કેવી રીતે સંવાદ તમારા જીવનનું દિશાદર્શન બની શકે છે.

સંવાદમાં પડકારો પણ છે

આજના સમયમાં જ્યારે સ્માર્ટફોન, ઈમેઈલ અને મેસેજિંગ એપ્લિકેશન્સ આપણા જીવનનો હિસ્સો બની ગયાં છે, ત્યારે "સાચો સંવાદ" ઘટતો જાય છે.

- લોકો વચ્ચે આંખમાં આંખ પરોવિને વાત કરવી ઓછી થઈ ગઈ છે.
- વાંચેલા સંદેશનો અર્થ ભિન્ન રીતે લેવાય છે.
- ક્યારેક સંવાદના બદલે મતભેદ વધી જાય છે.

આ પડકારો શૈક્ષણિક સંબંધોમાં પણ જોવા મળે છે — શિક્ષક દ્વારા સ્પષ્ટ સંદેશ ન આપવો, વિદ્યાર્થીના પ્રશ્નને ન સમજવો, અથવા માતાપિતાની અપેક્ષાઓ સ્પષ્ટ રીતે રજૂ ન થવી.

ઉપસંહાર

અંતે એટલું જ કહીએ કે — સંવાદ એ જીવન જીવવાની એક કળા છે. શાળામાં, ઘરમાં કે સમાજમાં, જ્યાં પણ નર-નારી વચ્ચે સંબંધ છે ત્યાં સંવાદની જરુર છે. જો આપણે શીખી જઈએ કે કેવી રીતે સ્પષ્ટ રીતે વાત કરવી, સાંભળવું, અને લાગણીપૂર્વક પ્રતિસાદ આપવો, તો કોઈપણ સંજોગમાં સફળતાની સંભાવના વધી જાય છે.

આ પુસ્તકમાં આપણે સંવાદના વિવિધ પાસાંઓને ઊંડાણથી સમજશું — શૈક્ષણિક દૃષ્ટિએ, વ્યવસાયિક દૃષ્ટિએ અને માનવીય સંબંધોની દૃષ્ટિએ.

ચાલો, એક ઉત્તમ સંવાદક બનવાની યાત્રા આજે અહીંથી શરૂ કરીએ!

2
સંવાદના મૂળભૂત તત્વો

સંવાદ એક કળા છે – પણ તે સાથે સાથે એક વિજ્ઞાન પણ છે. દરેક સફળ સંવાદ પાછળ કેટલાક સ્પષ્ટ તત્વો કામ કરતા હોય છે. જો આપણે આ તત્વોને ઓળખી અને પોતાનામાં અપનાવી લઈએ, તો સંવાદ વધુ સ્પષ્ટ, અસરકારક અને સકારાત્મક બની શકે છે.

૧. 7 Cs of Communication – અસરકારક સંવાદના સાત પાસા

આજના સંસાધનશીલ સમાજમાં સંવાદ જેટલો સ્પષ્ટ અને ઉદ્દેશ્યપૂર્ણ હશે, તેટલો તે સફળ થાય છે. સંવાદના 7 Cs એટલે:

1. **Clarity (પારદર્શિતા):**
   સંદેશ સીધો અને સરળ હોવો જોઈએ. ભાષા અને શબ્દો સાંભળી રહેલા માટે સમજાય એવા હોવા જોઈએ.
2. **Conciseness (સંક્ષિપ્તતા):**
   થોડા શબ્દોમાં વધુ વાત કરો. વિખરાવ અથવા અપ્રાસંગિક વિગતો સંવાદને નબળો બનાવે છે.

3. **Correctness (સાચાપણુ):**
    ભાષાકીય ભૂલો, ખોટી માહિતી અથવા અસંગત વાતો સંવાદને અવરોધે છે. સાચા માહિતીથી લોકો પર વિશ્વાસ ઉભો થાય છે.

4. **Completeness (પૂર્ણતા):**
    સંદેશમાં જરૂરી તમામ માહિતી હોવી જોઈએ જેથી કેવા જવાબની અપેક્ષા છે તે સ્પષ્ટ હોય.

5. **Consideration (વિચારપૂર્વકતા):**
    સામે વાળાના ભાવ, મૂલ્યો અને દૃષ્ટિકોણને ધ્યાનમાં લઈને સંવાદ કરો.

6. **Concreteness (સ્થિરતા):**
    આંકડા, ઉદાહરણો અથવા સાચા તથ્યો સાથે વાતને મજબૂત બનાવો.

7. **Courtesy (વિનમ્રતા):**
    સન્માનજનક અને સદભાવથી વાત કરો. અહંકાર અથવા કઠિન શબ્દો સંવાદને તોડી શકે છે.

૨. સાંભળવાની મહત્ત્વની ભૂમિકા

અર્થસભર સંવાદ માટે સાંભળવું એ બોલવાથી પણ વધુ મહત્વનું બને છે.

અસલમાં, લોકો સંવાદના 60% સમય દરમિયાન સાંભળે છે, પણ માત્ર 25% સુધી જ તેઓ સાચું સાંભળી શકે છે!

સક્રિય સાંભળવું (Active Listening) એ કળા છે જેમાં તમે:

- સંપૂર્ણ ધ્યાન આપો
- મોંથી નહી બોલો
- સામે વાળાના ભાવ પર ધ્યાન આપો
- જવાબ આપવા માટે નહીં, પણ સમજવા માટે સાંભળો

વિદ્યાર્થી-શિક્ષક સંબંધોમાં આ કળા બહુ મહત્વની છે. જ્યારે શિક્ષક વિદ્યાર્થીને સાચે સાંભળે છે, ત્યારે વિશ્વાસ ઊભો થાય છે.

૩. અવાચ્ય સંકેતો (*Nonverbal Communication*)

મનુષ્ય માત્ર શબ્દોથી જ નહીં, પણ શરીરની ભાષા, ટોન, આંખોની ચળકાટથી પણ સંદેશ આપતો હોય છે.

બોડી લેંગ્વેજ, અવાજનો ઉંચા નીચો ટોન, હાવભાવ – બધું સંવાદનો ભાગ છે.

જેમ કે કોઈ વિદ્યાર્થી શિક્ષકને જોઈને નમ્રતાથી માથું હિલાવે છે, તે સંકેત આપે છે કે તે સંવાદમાં રસ લે છે.

ઉદાહરણ: મહાત્મા ગાંધી:

મહાત્મા ગાંધી ખૂબ જ શાંત અને નમ્ર સંવાદક હતા. તેઓ વધારે વાક્યોનો ઉપયોગ કર્યા વિના પણ પોતાના વિચારો અસાધારણ રીતે રજૂ કરતા. તેમની નજર, શરીરભાષા અને નમ્રતા પોતે જ એક સંદેશ હતા. તેમની નમ્ર ભાષા પાછળ છુપાયેલો સ્પષ્ટ મેસેજ લોકોના હૃદય સુધી પહોંચતો.

૪. ભાવનાત્મક બુદ્ધિ (*Emotional Intelligence*)

સંવાદ માત્ર લોજિક પર આધારિત નથી — તેમાં ભાવનાનું પણ મહત્વ છે.

ભાવનાત્મક બુદ્ધિ એટલે:

- પોતાની લાગણીઓને ઓળખવી અને નિયંત્રિત કરવી
- અન્યની લાગણીઓને સમજવી
- સંજોગ પ્રમાણે પ્રતિસાદ આપવો

શિક્ષકના સંવાદમાં જો ભાવનાત્મક સંવેદના હશે, તો વિદ્યાર્થીઓ પોતાની વાત સહજ રીતે રજૂ કરશે અને શીખવા માટે ઊર્જાવાન બનશે.

૫. સંવાદની દિશાઓ – એક તરફી vs. દ્વિપક્ષીય

- **એકતરફી સંવાદ** (One-way): જેમ કે લેક્ચર, જ્યાં માહિતી માત્ર એક દિશામાં જાય છે
- **દ્વિપક્ષીય સંવાદ** (Two-way): જેમ કે ચર્ચા અથવા સંવાદ, જ્યાં બંને પક્ષ સાંભળે અને જવાબ આપે

શિક્ષણક્ષેત્રમાં દ્વિપક્ષીય સંવાદ વધુ અસરકારક ગણાય છે. એના દ્વારા જ વિદ્યાર્થીઓ સક્રિય બને છે.

ઉપસંહાર

અંતે, સંવાદ એક સાધારણ ક્રિયા નથી — તે અભ્યાસ, સમજદારી અને લાગણીનો મેળ છે. દરેક વ્યક્તિના સંવાદક બનવાના સક્ષમ તત્વો હોય છે, જરૂર છે તો માત્ર તેમને ઓળખવાની અને વિકસાવવાની.

આજના શિક્ષણના ક્ષેત્રમાં જ્યાં શીખવાને લાગણી, ટેકનોલોજિ અને સામાજિક સંજોગો સાથે જોડવું પડે છે, ત્યાં આ તત્વો શિક્ષક અને વિદ્યાર્થી બંને માટે જીવનદાયી બની શકે છે.

3

વ્યક્તિગત અને સામાજિક સંવાદ

જ્યાં લોકો છે, ત્યાં સંવાદ છે — ખાસ કરીને વ્યક્તિગત સંબંધો અને સામાજિક જીવનમાં.

ઘરના સભ્યો વચ્ચે, મિત્રો વચ્ચે, અને શિક્ષણ સંસ્થાઓમાં વિદ્યાર્થી–શિક્ષક વચ્ચે થતાં સંવાદ આપણા જીવનની ગુણવત્તા નક્કી કરે છે.

વ્યક્તિગત અને સામાજિક સંવાદમાં માત્ર "શા માટે શું કહેવું" એટલું જ નહીં, પણ "કેવી રીતે કહેવું" એ પણ એટલું જ મહત્વ ધરાવે છે.

૧.   *લાગણીપૂર્વક   સંવાદ* – *Empathetic Communication*

વિચારો તો વહે છે, પણ લાગણીઓ જોડાઈ ત્યારે જ સંબંધ ઊંડા બને છે.

લાગણીપૂર્વક સંવાદ એટલે:

- સામે વાળા વ્યક્તિના ભાવો સમજવા પ્રયત્ન કરવો
- ન્યાય નહિ કરવો
- સહાનુભૂતિ સાથે જવાબ આપવો

૨. મતભેદનો સંવાદથી ઉકેલ

સંવાદનો ઉપયોગ વિવાદ માટે નહિ, સમાધાન માટે થવો જોઈએ. ઘણા વખત વિષય પરથી નહિ પણ સંવાદની પદ્ધતિ પરથી મતભેદ ઊભા થાય છે.

કાર્યરત ઉપાયો:

- ક્રોધની સ્થિતિમાં તાત્કાલિક જવાબ આપવો ટાળો
- "તું એવું કરે છે" ના બદલે "મને એવું લાગે છે" કહો
- પ્રશ્ન ઊભો કરો, દોષ નહિ

શૈક્ષણિક દૃષ્ટાંત:
વિદ્યાર્થી ક્લાસમાં કોઈ પ્રશ્નને લઈને અન્ય વિદ્યાર્થી સાથે ઊંચા અવાજે વાત કરવા લાગ્યો. શિક્ષક નારાજ થવા ને બદલે બંનેને શાંતિથી પાસે બેસાડી પૂછ્યું:
"તમારા બંનેના દૃષ્ટિકોણમાં શું તફાવત છે?"
એમણે સંવાદ દ્વારા પરિસ્થિતિને શાંતિથી ઉકેલવાનો માર્ગ આપ્યો. આ રીતે, સંવાદના માધ્યમથી શિક્ષક વાતને વિવાદથી સંવાદ તરફ લઈ જઈ શકે છે.

૩. સંવાદમાં મર્યાદાઓ – *Healthy Boundaries*

અવગણના વગર પણ "ના" કહેવું એક કળા છે.
વ્યક્તિગત સંબંધોમાં આપણી મર્યાદાઓ, પસંદગીઓ અને અનિચ્છાઓને વ્યક્ત કરવી જરૂરી છે. પણ એ પણ ધ્યાનમાં રાખવું કે સંવાદ નમ્ર અને સ્પષ્ટ હોવો જોઈએ.

ઉદાહરણ:
જ્યારે કોઈ મિત્ર સતત તમારી તૈયારીના સમય દરમિયાન મુલાકાત

માટે આવતો હોય, ત્યારે તમે કહી શકો:

"મને તારી મુલાકાતથી ખુશી થાય છે, પણ આ સમય મારા અભ્યાસ માટે ખૂબ મહત્ત્વનો છે. શું આપણે પછી વાત કરીએ?"

અહીં neither disrespect nor avoidance, but healthy expression છે.

૪. મિત્રતા અને સંવાદ

સાચી મિત્રતા બની રહે છે ખુલ્લા અને ભરોસાપાત્ર સંવાદ પર. જ્યારે મિત્રો વચ્ચે કોઈ ગુસ્સો કે ગુમાની થાય, ત્યારે ખુલ્લેઆમ વાતચીતથી તે દૂર થાય છે.

ટિપ્સ:

- મિત્રના સંદેશનો તાત્પર્ય સમજવાનો પ્રયત્ન કરો
- સોશિયલ મિડિયા પર નહિ, સીધો સંવાદ કરો
- જૂની વાતોની ખેંચાણ ન કરો

૫. મૌન પણ સંવાદ છે

હા, કેટલીકવાર મૌન પણ સંદેશ આપી જાય છે. પણ મૌન ક્યારે સંબંધમાં શાંતિ લાવે છે અને ક્યારે તકરાવ કરાવે છે, એ ઓળખવું પણ મહત્ત્વનું છે.

- મૌનની પાછડ શું સંદેશ છે?
- શું મૌન સામે વાળાને સમજવામાં મદદ કરે છે કે મૂંઝવણ ઊભી કરે છે?

શિક્ષક અથવા પેરન્ટ માટે આ ઓળખવુ ખાસ જરૂરી છે. બાળક મૌન છે એટલે કે તે અજાણી, અસુરક્ષિત કે અસ્વીકૃત લાગણી અનુભવતો હોઈ શકે.

૬. યુવાવર્ગમાં સંવાદના પડકાર

આજની પેઢી ટેક્નોલોજિથી જોડાયેલી છે, પણ માનવીય સંવાદથી દૂર થાય છે.

મેસેજિંગ, ઇમોજિ અને સ્ટેટસ અપડેટથી સંબંધ તો દેખાય છે, પણ અનુભવાતો નથી.

પ્રેરણાદાયક ઉદાહરણ: દીપિકા પાદુકોણ

દીપિકા પાદુકોણ, બોલીવૂડની શ્રેષ્ઠ અભિનેત્રીઓમાંની એક, જ્યારે તેમની કારકિર્દીની ઊંચાઈએ હતી, ત્યારે તેમણે ખુલ્લેઆમ જાહેર કર્યું કે તેઓ ડિપ્રેશનનો ભોગ બનેલા. તેમણે એક ઇન્ટરવ્યુમાં કહ્યું હતું કે એક સમયે તે ખુબ એકલતા અનુભવી રહ્યાં હતાં, સવારે ઉઠતા પણ રડવું આવતું હતું અને જીવનનો કોઈ અર્થ જણાતો ન હતો – છતાં બહારથી તેઓ હંમેશાં ખુશ દેખાતા હતા.

તેમણે માત્ર પોતાની સાથે લડાઈ લડી નહીં, પણ એક સંસ્થાનું સ્થાપન કરીને આ વિષય પર સંવાદ શરૂ કર્યો. "લાઇવ લવ લાફ" ફાઉન્ડેશનના માધ્યમથી તેમણે યુવાનોમાં મનોવૈજ્ઞાનિક સમસ્યાઓ અંગે ખુલ્લી ચર્ચા શરૂ કરી – એક એવું ક્ષેત્ર જે પહેલા ટાળવામાં આવતું હતું.

દીપિકાની આ હિંમત, ખુદને ખુલ્લેઆમ રજૂ કરવી અને અન્ય લોકોને સહાનુભૂતિપૂર્વક સંભળાવું – એ દર્શાવે છે કે સાચો સંવાદ શું છે. શાંતિથી પીડાઓને સહન કરવું શક્તિ નથી – સહેજ પણ "મને મદદ જોઈએ છે" એવું બોલવું અને લાગણીઓ શેર કરવાનો સાહસ કરવો સંવાદની સાચી શરૂઆત છે.

ઉપસંહાર

વ્યક્તિગત અને સામાજિક સંવાદ આપણાં જીવનની જમાબાજુ છે. જો આપણે ઈમાનદારી, સમજદારી અને સહાનુભૂતિથી વાત કરી શકીએ, તો સંબંધ વધુ ઊંડા, વિશ્વસનીય અને મજબૂત બની શકે છે.

આ વિભાગે આપણને શીખવાડ્યું કે સમજવું એ જ સંવાદનો આત્મા છે – શાબ્દિક હોય કે અશાબ્દિક, નમ્ર હોય કે મૌન.

4

કાર્યસ્થળ પર સંવાદ

કાર્યસ્થળ એ ફક્ત નોકરી કરવાની જગ્યા નથી — એ લોકો સાથે મળીને કાર્ય કરવાની જગ્યા છે.

અહીં સંવાદ માત્ર "કામના આદેશ" સુધી મર્યાદિત નથી રહેતો, પણ નેતૃત્વ, ટીમવર્ક, સમાધાન, તેમજ કાર્યસંસ્કૃતિના નિર્માણમાં મહત્ત્વની ભૂમિકા ભજવે છે.

આ અધ્યાયમાં આપણે ખાસ ઉદાહરણ તરીકે ટાટા જૂથ તથા અન્ય ભારતીય ઉદ્યોગપતિઓના સંવાદ અને નેતૃત્વ કૌશલ્યને સમજશું.

૧. કાર્યસ્થળ પર સંવાદ કેમ મહત્વપૂર્ણ છે?

- સ્પષ્ટતા માટે: ઉદ્દેશ્ય, જવાબદારી અને અપેક્ષાઓમાં સ્પષ્ટતા રહે છે
- ટીમવર્ક માટે: સભ્યો વચ્ચે વિશ્વાસ અને સહયોગ ઊભો થાય છે
- વિવાદ નિવારણ માટે: સંવાદ દ્વારા જુદી જુદી દૃષ્ટિકોણો વચ્ચે સમજૂતી બને છે
- સંકટ સંચાલન માટે: સંભવિત ખામી પહેલા જાણવી અને સુધારવી શક્ય બને છે

ટિપ્સ:

- ખાલી ન કહો "આ કામ કરો", પણ કહો "શું તમે ABC કામ કરી શકો છો કારણ કે..."
- પ્રતિસાદ આપો – "તમારું કામ સરાહનીય છે, પણ અહીં થોડું સુધારું શક્ય છે."
- ઈમેઈલ, મીટિંગ, ફોન અથવા સામસામે – દરેક માધ્યમ માટે યોગ્ય શૈલી અપનાવો

૨. ઉદાહરણ: ટાટા નેનો અને કર્મચારીનો અવાજ

જ્યારે ટાટા જૂથે 'ટાટા નેનો' — વિશ્વની સૌથી સસ્તી કાર — વિકસાવવાનું આરંભ્યું, ત્યારે એ માત્ર ટેક્નિકલ ચિંતનનો પ્રશ્ન નહોતો, પણ લોકોની જરૂરિયાતોને સમજવાનો સંવાદ હતો. એક સમયે, એક નાનાં પદના કર્મચારી દ્વારા એવો મુદ્દો ઉઠાવ્યો કે કારની ડિઝાઇન એવા લોકો માટે યોગ્ય નહોતી, જેમને ડ્રાઇવિંગનો અનુભવ ઓછો હોય.

આ કર્મચારીની વાતને માત્ર સાંભળવામાં ન આવી, પણ ગંભીરતાથી લેવામાં આવી. ટીમે સૂચન સ્વીકાર્યું અને ડ્રાઇવિંગ જટિલતાને દૂર કરી, જેનાથી કાર વધુ લોકઉપયોગી બની. એક CEO તરીકે રતન ટાટાએ એ વાતની ખાતરી કરી કે નાની મોટી દરેક સૂચના "સાંભળવામાં" આવે – એ હતું નમ્ર સંવાદનું સાચું પ્રતિબિંબ.

આ ઘટનાથી સ્પષ્ટ થાય છે કે ટાટા જૂથમાં સંવાદ એક તરફી ન હતો. માત્ર ટોચના મેનેજમેન્ટથી ઓર્ડર આવતાં ન હતા, પણ તળિયાના કર્મચારીઓની વાત પણ ઊંડા માનથી સાંભળવામાં આવતી હતી. આવું વાતાવરણ નવી શોધ, લોકોમાં આત્મવિશ્વાસ અને જોડાણ ઉભું કરે છે – જ્યાં દરેક જણ પોતાની વાત જણાવવામાં મુક્ત અનુભવે છે.

શિક્ષણ માટે શીખવા જેવી બાબત:
સંવાદ એટલે અહંકાર નહિ, સહયોગ છે.

૩. મેન્ટોરશિપ અને પ્રતિસાદ

કાર્યસ્થળ પર *constructive feedback* ખૂબ જરૂરી છે. તે કર્મચારીઓને સુધારવાની, શીખવાની અને આત્મવિશ્વાસ વધારવાની તક આપે છે.

કાર્યક્ષમ સંવાદનું ફોર્મ્યુલા: SBI મોડેલ

- **Situation:** ક્યારે/ક્યાં ઘટના બની?
- **Behavior:** શું વર્તન હતું?
- **Impact:** એનો શું અસર થયો?

ઉદાહરણ:
"ગઈકાલે ટીમ મીટિંગમાં, તમે બધા પ્રશ્નોના ઉત્તર આપ્યા. એથી આખી ટીમે તમારા નેતૃત્વને ઓળખ્યું."

૪. સાંભળવાની નેતૃત્વકળા

બહુવિધ ટીમમાં સંવાદ એ એક પડકાર છે. દરેક સભ્યનું મત સાંભળવું, તેમની ભાષાની સંવેદનશીલતા સમજવી, અને સમયસર જવાબ આપવો — એ બધા નેતૃત્વના ગુણ છે.

ઉદાહરણ: નંદન નિલેકણી (Infosys)
નિલેકણી પણ એક શ્રેષ્ઠ સંવાદક તરીકે ઓળખાય છે. UIDAI (આધાર કાર્ડ) જેવી મોટી યોજના માટે ભારતના અનેક વિસ્તારોના લોકોને સમજાવવાનું અને સાંભળવાનું પડ્યું. તેમણે stakeholder communication ને પોતાની સફળતા માટે મુખ્ય સાધન બનાવ્યું.

૫. સંવાદની ગેરસમજથી નુકસાન

જો કાર્યસ્થળ પર સંદેશા સ્પષ્ટ ન હોય:

- કાર્યમાં મોડું થાય

- ગુસ્સો કે ખોટી અપેક્ષાઓ ઊભી થાય
- ટારગેટ પૂર્ણ ન થાય

અટલ બિહારી વાજપેયી એક વખત કહ્યું હતું:
"સંવાદ નહીં થાય તો મતભેદ થશે, અને મતભેદ જલ્દી મનભેદમાં ફેરવાઈ શકે."
એથી કાર્યસ્થળે સંવાદમાં સ્પષ્ટતા અને મર્યાદા જાળવવી અનિવાર્ય છે.

ઉપસંહાર

કાર્યસ્થળ પર સંવાદ એ નિર્માણનો આધાર છે — કામનો પણ, સંબંધોનો પણ.
જે નેતા પોતાનો સમય સાંભળવામાં અને સહકાર આપવા આપે છે, એ વધુ સફળ થાય છે.
ટાટા જૂથ, ઇન્ફોસિસ જેવા ઉદ્યોગો કે વ્યક્તિઓથી આપણે શીખી શકીએ છીએ કે વ્યાવસાયિક સંવાદ એ માત્ર target-oriented નહિ પણ team-oriented હોવો જોઈએ.

5
ટેક્નોલોજિ યુગમાં સંવાદ

આપણે મૌન નથી, પણ બહુજ બોલતા થયા છીએ.

આપણે જોડાયેલા છીએ, પણ ભીતર થી ખૂબ જ દૂર છીએ.

આજનો ડિજિટલ યુગ આપણને ક્ષણોમાં દુનિયા સાથે જોડે છે — પણ શું એ "સાચો સંવાદ" છે?

ટેક્નોલોજિ આપણું સંવાદ સરળ બનાવે છે — પણ શું તે વધુ "અર્થપૂર્ણ" બનાવે છે?

આ અધ્યાયમાં આપણે સમજશું કે ટેક્નોલોજિથી યુક્ત સંવાદ કેવી રીતે લાભદાયક છે, પણ સાથે સાથે શું પડકારો ઊભા થાય છે — ખાસ કરીને શિક્ષણ, યુવાવર્ગ અને સમાજમાં.

૧. ડિજિટલ સંવાદના માધ્યમો

- WhatsApp, Instagram, Telegram, LinkedIn
- Zoom, Google Meet, Teams
- Emails, Blogs, Tweets...

આ બધા માધ્યમ સંવાદને ઝડપી બનાવે છે. પણ...

ક્યાંક આપણે વાણી ગુમાવી છે અને વલણ જીતી લીધું છે. અરુંધાતી રોય કહે છે:

"We use emojis when words were needed the most."

૨. ટેક્નોલોજીથી મળતા લાભ

✔? ઝડપ: વ્યક્તિ કે જૂથ સુધી તરત પહોંચી શકાય

✔? દસ્તાવેજીકરણ: સંદેશ સાચવી શકાય

✔? લવચીકતા: કોઈપણ સમયે, કોઈપણ સ્થાનથી સંવાદ

✔? સક્રિયતા: ભાષા જાણ્યા વગર પણ વાતચીત શક્ય

ઉદાહરણ: શિક્ષણમાં WhatsApp ગ્રુપ

કોરોના સમયગાળામાં શિક્ષકો અને વિદ્યાર્થીઓ વચ્ચે WhatsApp ગ્રુપ, Zoom Classes દ્વારા સતત સંવાદ શક્ય થયો — અને શિક્ષણ અટક્યું નહીં.

૩. પડકારો – ટેક્નોલોજીથી દૂર થતા ભાવ

- મોટી ભૂલ: "સંદેશ મોકલ્યો એટલે સંવાદ થઈ ગયો"
- મેસેજ ડિલિવર થયો — પણ શું સમજાયો?
- Zoom call ચાલે છે, પરંતુ બાળક સ્ક્રીન પાછળ ઊંઘે છે
- Classroom chat પર પ્રશ્ન છે, પણ જવાબ કોના માટે?

સંવાદ શાબ્દિક છે, પણ અર્થ "મૌન"માં છૂપાયેલો હોય છે. ટેક્નોલોજી એ "શબ્દ" આપે છે, "અર્થ" નહિ.

૪. સોશિયલ મીડિયા – સંવાદ કે સ્પર્ધા?

Facebook પર પોસ્ટ – "I am feeling sad today ?"
અગાઉ જ્યારે લોકો સારુ ન અનુભવતા ત્યારે મિત્રને ફોન કરીને વાત કરતા...

હવે અપેક્ષા હોય છે – "likes", "comments" ની
એ વાતચીત છે કે પ્રતિસાદની લાલસા?
ઉદાહરણ : યુવા પેઢી
જ્યાં યુવાઓ પ્રેમ, દુઃખ કે ગુસ્સો Instagram Story પર મૂકતા થયા છે –
ત્યાં એક પડછાયો ઊભો થયો છે – "ડિજિટલ સંવાદ, પરંતુ એકલતા."

પ. ભવિષ્યના સંવાદ માટે જાગૃતિ

ટેકનોલોજિ આપણું સાધન છે – સ્ત્રોત નહીં.
તે "વાત" પૂરતી છે, "સંવાદ" માટે આપણે જાતે જવાબદાર છીએ.
ટિપ્સ:

- જાતે ક્યારેય મતલબ ન લાવો – સ્પષ્ટતા કરો
- ઇમોજિ કે meme એ જગ્યા પર જ વાપરો જ્યા જરુર હોય
- જો મુદ્દો મહત્વનો હોય – ફોન કરો કે સામસામે વાટાઘાટ કરો
- જો અંગત છે, તો વ્યક્તિગત પણ હોવો જોઈએ

૬. ભારતીય ઉદાહરણ: સત્ય નડેલા – *Infosys*

Infosysના સહ-સ્થાપક સત્ય નડેલા (Microsoft CEO) નું એવું માનવું છે:

"Empathy is the core of all communication – even in technology."

તેમણે Microsoftના ટોચના સ્તરે હોવા છતાં પોતાની ટીમ સાથે ડિજિટલ ચેનલ પર માત્ર Updates નહિ, પણ Open Discussions શરૂ કર્યા – જ્યાં કોઈ પણ feedback આપી શકે.

તેમના Words:

"Tools are many. But trust is built through clarity and compassion."

ઉપસંહાર

ટેકનોલોજિ એ સાધન છે, રમત નહીં.
સંવાદ એ કૃત્રિમ બુદ્ધિનો વિષય નહિ — એ "મનુષ્ય બુદ્ધિ અને ભાવના"નો વિષય છે.
ડિજિટલ યુગમાં પણ સાચો સંવાદ એ છે, જ્યાં સાંભળવામાં સમજણ હોય અને બોલવામાં લાગણી હોય.
શબ્દો સ્ક્રીન પર હોય છે, પણ સંબંધ હૃદયમાં હોવા જોઈએ.

6
શિક્ષણ ક્ષેત્રમાં સંવાદ

શિક્ષણ માત્ર વિષયનિષ્ઠ જ્ઞાનનું સ્થાન નથી — તે માનવમૂલ્યો, વિચારવિમર્શ અને સંવાદથી બનતું પરિભ્રમણ છે.
શિક્ષક અને વિદ્યાર્થી વચ્ચેનો સંવાદ એ માત્ર "શિક્ષણ આપવું" નહિ, પણ "પ્રેરણા પૂરાવવી" છે.

જ્યાં સંવાદ ખૂલ્લો હોય, ત્યાં શિક્ષણ જીવંત હોય છે.

૧. શિક્ષક અને વિદ્યાર્થી વચ્ચે સંવાદ

શિક્ષકનો અવાજ ફક્ત વાંચન માટે ન હોવો જોઈએ —
એ શિક્ષકના અંદર રહેલા "માર્ગદર્શક" અને "પ્રેરક"ની ઓળખ કરાવે છે.

સારો સંવાદ શું કરે છે?

- વિદ્યાર્થીમાં આત્મવિશ્વાસ જગાવે છે
- પ્રશ્નો માટે ખુલ્લું વાતાવરણ બનાવે છે
- ભૂલમાં પણ શિક્ષણ શોધે છે

ઉદાહરણ: ડૉ સર્વપલ્લી રાધાકૃષ્ણન
તેઓ શિક્ષક તરીકે કોઈ વિદ્યાર્થીઓને માત્ર પાઠ્યપુસ્તક સુધી મર્યાદિત ન રાખતા. તેઓ વારંવાર પૂછતા:

"તમારું મંતવ્યો શું છે?"
વિદ્યાર્થીઓને વિચારો વ્યક્ત કરવા પ્રેરણાં આપતા એમની શૈલી એ શિક્ષક તરીકે સાચા સંવાદની ઓળખ હતી.
તેઓ માનતા કે:
"સંવાદ એ શિક્ષણનું હૃદય છે — કક્ષા એટલે મંચ નથી, એક સંવાદાલય છે."

૨. વિદ્યાર્થીઓમાં સંવાદ કઈ રીતે વિકસાવવો?

- અહમ વગર પ્રશ્નો પૂછવા માટે હિમ્મત આપવી
- એકતરફી ભાષણ નહિ, વિચારવિમર્શ
- ફળ માટે નહિ, સમજ માટે સંવાદ

શૈક્ષણિક પ્રવૃત્તિઓ:

- Classroom Circle – જ્યાં દરેક બાળક પોતાનો વિચાર મુક્તપણે વ્યક્ત કરે
- Role Play – વિષયના વિશ્લેષણ માટે
- One-minute Speeches – મનના ભાવ વ્યક્ત કરવાની ટેવ

૩. શિક્ષકની સંવાદશૈલીનું મૂલ્ય

શબ્દોનો ઉચ્ચારણ જેટલો સ્પષ્ટ હોવો જોઈએ, તેટલી ભાવના પણ સ્પષ્ટ હોવી જોઈએ.
બાળક વાંચન કરતાં પહેલા પણ "ભાષા" સમજતા હોય છે — તે છે "શિક્ષકની વાતચીત અને વર્તન".
ઉદાહરણ ડૉ. એ. પી. જે. અબ્દુલ કલામ
કલામ સાહેબ બાળકો સાથે મળીને બેઠા રહેતા, શાસ્ત્ર અને વિજ્ઞાનને સુંદર ઉદાહરણો અને વાર્તાઓથી સમજાવતા.

તેમણે એકવાર કહ્યું:

"Every child is born with a unique potential. It is a teacher's communication that unlocks it."

એક વિદ્યાર્થીના પ્રશ્ન પર તેઓનું જવાબ હતું:

"Science is curiosity. And you've just proved you're a scientist."

૪. સંવાદના અભાવના પરિણામ

જ્યાં શિક્ષક-વિદ્યાર્થી વચ્ચે સંવાદ ઓછો છે:

- ત્યાં ભય વધુ અને રસ ઓછો હોય છે
- વિદ્યાર્થીઓ પ્રશ્ન પૂછવામાં સંકોચ અનુભવતા હોય છે
- શીખવાનું અર્થહીન લાગે છે

શિક્ષણ માત્ર વિદ્યાર્થીઓ માટે નથી — શિક્ષક પણ શીખે છે...
અને એ શીખવા માટે સૌથી મહત્વનું સાધન છે "સંવાદ".

૫. પેરેન્ટ-ટીચર સંવાદ

ઘણી વખત શિક્ષણમાં ત્રીજો તટસ્થ અને મહત્વનો પક્ષ ભૂલી જવામાં આવે છે — "અભિવાવક".

શિક્ષણમાં માતા-પિતા અને શિક્ષક વચ્ચે ખુલ્લો, સમજીને અને વિદ્યાર્થીઓની સાથે સંલગ્ન સંવાદ જરૂરી છે.

ટિપ્સ:

- બાળકની વાત અંગે પણ માતા-પિતા સાથે સંવાદિત રહો
- "ફીડબેક" ના બદલે "સંવાદ" આપો
- Parents meetingને formal updatesથી વધુ discussions બનાવો

ઉપસંહાર

શિક્ષણ એ સંવાદથી શોભે છે.
શિક્ષક એ માત્ર જ્ઞાનદાતા નથી, પણ શ્રોતા, માર્ગદર્શક અને સંવાદક છે.
ડૉ. કલામ અને ડૉ. રાધાકૃષ્ણન આપણને બતાવે છે કે સંવાદથી શિક્ષણ શી રીતે જીવનદાયક બની શકે છે.

"જ્યાં સંવાદ છે, ત્યાં સમજણ છે — જ્યાં સમજણ છે, ત્યાં શિક્ષણ છે."

7
સંવાદમાં સાંભળવાની કળા

આપણે બધા સાંભળીએ છીએ, પણ કેટલાં આપણે "સાચું સાંભળીએ છીએ"?

આજના ઝડપી યુગમાં, જ્યાં દરેકને પોતાની વાત કહેવાની ઉતાવળ છે — ત્યાં જે "સાંભળે" છે, એ જ નેતા બને છે.

૧. સાંભળવું શું છે?

સાંભળવું માત્ર અવાજ સાંભળવાનો ક્રમ નથી.
સાંભળવું એ સમજવાનો પ્રયાસ છે —
શબ્દો પાછળ છુપાયેલા ભાવોને વાંચવાનો પ્રયત્ન છે.

Active Listening = મન, મૌન અને મમતા દ્વારા સાંભળવું.

૨. સાંભળવાથી સંવાદ કેવી રીતે બદલાય?

- સંવાદમાં સમાનતા આવે છે

- વ્યક્તિ પોતાની સાથે જોડાયેલું અનુભવે છે
- અણછાંદસ મતભેદ પણ સંવાદમાં બદલાય છે
- ગુસ્સો ટળી જાય છે, કારણ કે "કેવી રીતે સાંભળાયું" એ ઘણું અર્થ ધરાવે છે

ઉદાહરણ : મહાત્મા ગાંધી

ગાંધીજી આમ તો સક્રિય સંવાદક હતા, પણ તેઓનું સૌથી શક્તિશાળી શસ્ત્ર હતું: **સાંભળવાની ક્ષમતા.**
તેઓ જૂનાગઢ, ચંપારણ કે દેશના મુદ્દાઓ પર પણ પહેલાં સાંભળતા — પછી બોલતા.
તેઓ માનતા કે:
"જો તમે સાચું સાંભળો છો, તો તમારે એ વ્યક્તિને માની લેવાની જરૂર નથી — પણ સમજવાની જરૂર છે."

૩. સાંભળવાની ભૂલો – જે સંવાદ ખંડિત કરે છે

- મધ્યમાં જ કાપી નાખવું: "હા હા, મને ખબર છે..."
- **Phone** સ્ક્રોલ કરતા સાંભળવું
- સાંભળવાને બદલે જવાબ તૈયાર કરવો

આ બધું સંવાદને "એકતરફી વ્યાખ્યાન" બનાવી દે છે.

૪. નેતૃત્વ અને સાંભળવુ

આજે ભલે AI, Bots કે Algorithms છે — પણ "સાંભળવું" એ હજી પણ મશીન નહિ, માણસના હૃદયથી આવે છે.
ઉદાહરણ: નરેન્દ્ર મોદી
તેઓના *Mann Ki Baat* કાર્યક્રમની સફળતા પાછળ એક મહત્ત્વનું તત્વ છે: સાંભળવાનુ

તેઓએ અનેક લોકોના પ્રશ્નો સાંભળ્યા છે, તેમના જવાબ આપ્યા છે.

વિશાળ જનતાને સાંભળવાનું, તેમના અભિપ્રાયો તરફ ધ્યાન આપવાનું — એ વાતચીતને સંવાદમાં ફેરવે છે.

૫. શિક્ષણક્ષેત્રમાં — સાંભળવું એટલે શીખવું

એક વિદ્યાર્થી જ્યારે વારંવાર ઊંચા અવાજે બોલે છે — તો તમે શું કરો છો?

જવાબ આપો કે: "શાંતિ રાખો!"

કે...

તેનું આંતરિક મેસેજ સાંભળો:

"મને નજર અંદાજ ના કરો, હું અસ્તિત્વ ધરાવુ છુ!"

સંવાદશાળાઓ માટે ટીપ્સ:

- વિદ્યાર્થીઓને "interrupt" કર્યા વગર સાંભળો
- જવાબ આપવા નહિ, સમજવા માટે સાંભળો
- એક મિનિટ શાંતિનો સમય લો – "Reflective Pause"
- મિત્રો, પરિવાર, સહકર્મીઓના બોલતાં મુખ પાછળના અણબોલાયેલા સંદેશાઓ સમજો

૬. સાંભળવાનો અભ્યાસ — ત્રણ કળા

1. વાસ્તવિક હાજરી:
બોલનારને શારીરિક રીતે નહિ, માનસિક રીતે જુઓ

2. Echoing:
"તમારું કહેવું એ છે કે..." — આમ પુષ્ટિ કરો

3. Refrain from Judgment:
અટકળ લગાવવાનું ટાળો — સાંભળો, વિચાર કરો, પછી જવાબ આપો

ઉદાહરણ : મદર ટેરેસા

તેમને પૂછવામાં આવ્યું કે, "તમે પ્રાર્થના સમયે ભગવાનને શું કહો છો?"

તેઓએ કહ્યું:

"હું કંઈ કહેતી નથી. હું તો સાંભળું છું."

જ્યારે ફરી પૂછવામાં આવ્યું: "અને ભગવાન શું કહે છે?"

તેઓ બોલ્યા:

"તેઓ પણ કંઈ નથી બોલતા... તેઓ પણ સાંભળે છે."

આવી શાંતિમય સાંભળવાની કળા એ છે જ્યાં મન પણ બોલે છે અને મૌન પણ સંવાદી બને છે.

૭. સાંભળવાથી સંબંધમાં શું બદલાય?

- વિશ્વાસ ઊભો થાય છે
- ગુસ્સો ઓગળી જાય છે
- માનવીય લાગણીઓ માટે જગ્યા ઊભી થાય છે
- સંબંધો લાંબા સમય માટે ગાઢ બને છે

ઉપસંહાર

"જો તમે સૌથી સમજદાર માણસ બનવા માંગો છો —
તો પહેલા શ્રોતા બનો."

સાંભળવું એ સજાગતા છે.

સાચો સંવાદ, સાચા શિક્ષણ, સાચા નેતૃત્વ — બધાનો આરંભ **સાંભળવા માંથી થાય છે.**

8
ભારતીય સંસ્કૃતિમાં સંવાદ

"સંવાદ એ માત્ર સંજોગ નથી — સંસ્કૃતિ છે."

ભારતીય પરંપરામાં સંવાદ એ એક અનુષ્ઠાન છે — જ્યાં મૌન, શબ્દ, મંત્ર અને સંગીત બધું એક જ ભાષામાં વહે છે.

૧. ઋગ્વેદથી શરૂ થયેલો સંવાદ

ભારતીય સંસ્કૃતિનું મૂળ "શ્રુતિ" છે — જેનો અર્થ છે "સાંભળેલું જ્ઞાન". ગુરુ-શિષ્ય વચ્ચે સંવાદ "મૌખિક પરંપરા" દ્વારા પેઢીગત રીતે વહેતો રહ્યો.

"આચાર્યે ઉપદિષ્ટમ્ શિષ્યેના શ્રાવિતમ્" — ગુરુ બોલે, શિષ્ય સાંભળે, એ જ સંવાદનું પવિત્ર સ્વરૂપ છે.

૨. ઉપનિષદ – સંવાદથીઊભો થયેલો જ્ઞાનનો મહાસાગર

ઉપનિષદનો અર્થ જ થાય છે — "ગુરુની નજીક બેસી શિષ્ય સાથે થતો સંવાદ."

અહીં પ્રશ્ન-ઉત્તરથી જ્ઞાન વહે છે.

ઉદાહરણ: યમ અને નચિકેતા
નચિકેતા મૃત્યુદેવ યમને પ્રશ્ન કરે છે:
"મરણ પછી શું છે?"
યમ તેને જવાબ આપે છે — પણ તરત નહીં.
પહેલાં તેના મનની તીવ્રતા, એકાગ્રતા અને સંવાદની તાસીરની કસોટી કરે છે.

આ સંવાદથી ઉપજ્યો "કઠોપનિષદ" — આજે પણ વિશ્વવિખ્યાત છે.

૩. ભગવદ ગીતા – સર્વશ્રેષ્ઠ સંવાદનું શાસ્ત્ર

અર્જુનના આંતર દ્વંદ વચ્ચે શ્રીકૃષ્ણના શાંતિભર્યા, તર્કસંગત અને આધ્યાત્મિક સંવાદથી જન્મે છે:
"ભગવદ ગીતા" — સંવાદનું શાસ્ત્રીય ચિત્ર!

કઠોર ધોરણો પર, યુદ્ધભૂમિ પર પણ સાચો સંવાદ માણસને જ્ઞાનના માર્ગે દોરી શકે છે — એનું શ્રેષ્ઠ ઉદાહરણ ગીતા છે.

૪. સંત પરંપરામાં સંવાદ

- કબીર: તેમના દરેક દોહાના પ્રત્યેક પંક્તિમાં સંવાદ છલકે છે

"બોલે કબીર સુન્યા સંસાર" — તેઓ કહે છે, સાંભળે છે, અને જગત સાથે સતત સંવાદ કરે છે

- મીરા, તુલસીદાસ, નરસિંહ મહેતા — બધાએ લોક ભાષામાં સંવાદ સાધ્યો

આ સંતોએ સંવાદને શિખર પર પહોંચાડ્યો — જેમાં neither ego nor debate, but દ્રષ્ટિ અને લાગણી હતી.

પ. સંગીત અને સંવાદ

ભારતીય સંગીત પણ એક પ્રકારનો સંવાદ છે:

- ગાયક અને શ્રોતાઓ વચ્ચે
- સ્વર અને તાલ વચ્ચે
- મૌન અને ધ્વનિ વચ્ચે

પંડિત ભીમસેન જોશીએ કહ્યું હતું:
"When I sing, I don't entertain. I converse with the Divine."
સાચું સંગીત એ બોલતું નથી — સંવાદ કરે છે.

૬. સાંસ્કૃતિક દ્રષ્ટિકોણે સંવાદની કળા

- યોગ: પોતાના શરીર અને શ્વાસ સાથેનો સંવાદ
- ભજન–કીર્તન: આત્મા અને પરમાત્મા વચ્ચે સંવાદ
- આરતી: આપણી લાગણીની અભિવ્યક્તિ , ભાષા વગરનો સંવાદ
- નાટક અને કથાવસ્તુઓ: જે સમાજ સાથે સંવાદ કરે છે

રામાયણ અને મહાભારત એ માત્ર મહાકાવ્યો નથી —
તે જીવનની સાથે થયેલા "સંવાદો" છે — જ્યાં દરેક પાત્ર, દરેક સંજોગે
કંઈક કહે છે અને શીખવે છે.

૭. આજના યુગ માટે શીખ

ભલે વિશ્વ વૈજ્ઞાનિક બની ગયું છે —
પણ હ્રદય હજી સંવાદને માંગે છે.

- બધું હોવા છતાં શાંતિ નહિ હોય, જો "ભાવનાત્મક સંવાદ" નહિ હોય

- સંવાદ એ હવે again શાસ્ત્રો, ગ્રંથો અને અનુભવોથી ફરી શીખવાની જરૂર છે
- ભારત જેવી સંસ્કૃતિ, જ્યાં "વિવાદ" પણ "સંવાદ" દ્વારા ઉકેલવામાં આવે — ત્યાં જાગૃતિ લાવવી જરૂરી છે

ઉપસંહાર: સંવાદ – ભારતીય જીવનશૈલી

"સંવાદ એ છે જ્યાં આપણે પોતાને પણ સાંભળીએ છીએ."
ભારતમાં સંવાદ એ માત્ર માધ્યમ નહિ — ધર્મ, શિખર, શાંતિ, સંગીત અને સંવેદનાનું જોડાણ છે.

અંતે ગીતા કહે છે:
"શ્રદ્ધાવાન લભતે જ્ઞાનમ્" — જ્યાં શ્રદ્ધા છે, ત્યાં જ્ઞાન આવે છે.
અને એ જ્ઞાન માત્ર વાચન થી નહિ —
સાચા સંવાદથી આવે છે.

૧
અંતિમ વિચારો: સંવાદથી સ્વ તરફ

"સંવાદ એ માત્ર કૌશલ્ય નહીં, જીવન જીવવાની કળા છે"

દરેક મનુષ્યમાં બંને હોય છે — વક્તા અને શ્રોતા.

પણ કેટલી વાર આપણે એને વ્યક્ત કરવા માટે યોગ્ય માધ્યમ, યોગ્ય વાતાવરણ અને સૌથી અગત્યનું — આત્મવિશ્વાસની ઉણપ અનુભવિએ છીએ

આ પુસ્તકની સફર આપણને શીખવે છે કે સંવાદ એ માત્ર બોલવાની કળા નથી, પણ જીવન જીવવાની શૈલી છે.

એ શબ્દોથી વધુ ભાવના છે, સંજોગોથી વધુ સમજ છે, અને સંબંધો કરતાં પણ ઊંડો સહજતાનો પુલ છે.

સ્વ સાથેનો સંવાદ: સર્વપ્રથમ એકાંતની ભાષા

માણસે પહેલાં પોતાને જ સાંભળવાનું શીખવું પડે છે.

સવારના શાંતિભર્યા પળોમાં,

પાછળ વળી જોયેલી ભૂલોમાં,

અને "હું કોણ છું?" જેવા સવાલોમાંથી ઉદભવતો સંવાદ —

એ છે જીવનના સાચા માર્ગદર્શકનો આરંભ.

જ્યાં જાતને સમજવામાં વાર લાગે છે, ત્યાં બીજાની વાત સમજવી અશક્ય બની જાય છે.

એટલેથી આજે પ્રથમ પગલું એ છે — અંતર્મન સાથે નમ્ર સંવાદ શરૂ કરવો.

સંબંધો માટે સંવાદ – સંબંધોમાં શ્વાસ છે

કેટલાક સંબંધો વહાલા હોવા છતાં ભાંગી જાય છે. કારણ?

શબ્દોની અછત નહીં — સમજણના અભાવથી.

જ્યાં મૌન વાત કરે છે, ત્યાં પણ સંબંધ જીવંત રહે છે, જો ત્યાં સાંભળવાની ઈચ્છા હોય.

સંવાદથી આપણે માની લેવાની નહીં, સમજવાની ભમિકા ભજવી શકીએ છીએ.

"હું તને સમજવા માંગું છું" — આ એક વાક્ય સંબંધને નવા પ્રાણ આપી શકે છે.

શિક્ષણ અને સમાજ માટે સંવાદ – પ્રકાશનો પ્રવાહ

શિક્ષણ પદ્ધતિ તો બદલાય છે, પણ શિક્ષક–વિદ્યાર્થી વચ્ચેનો સંવાદ જો જીવંત રહે,

તો કોઈપણ પદ્ધતિ સફળ બની શકે.

સમાજ પણ સંવાદ માગે છે —

એવો સંવાદ જ્યાં દરેક વ્યક્તિના વિચારનું સ્થાન હોય,

આજના યુગમાં મત નથી બદલવા — પણ સમજ ઉભી કરવાની જરૂર છે.

અને એનું માત્ર એક જ સાધન છે — સંવાદ.

વિશ્વનાં પડકારો સામે સંવાદ – શાંતિ અને સહઅસ્તિત્વનો પુલ

ધર્મ, રાજકારણ કે ભાષાના નામે જ્યારે દુનિયા વહેંચાઈ રહી છે,

ત્યારે સાચો સંવાદ એ છે — જ્યાં આપણે પછાત, નબળા, વિપરીત દૃષ્ટિ ધરાવતા લોકોને પણ માન આપીએ.

ગાંધીજી, નેલ્સન મંડેલા, માર્ટિન લૂથર કિંગ – તમામે સંવાદ દ્વારા જ ક્રાંતિ કરી.

તેઓએ હિંસાથી નહિ, શબ્દોથી સમાજને બદલી દીધો.

સંવાદ એ છે જ્યાં વિરોધી મત હોવા છતાં, વિમુખતા નહિ, સહઅસ્તિત્વ રહે.

અંતિમ શીખ: સંવાદ એ જીવન જીવવાની કળા છે

- સંવાદ એ સહાનુભૂતિ છે.
- એ ભાષા નથી – એ ભાવના છે.
- એ જીતવાનો સાધન નથી – એ જોડાવાની પધ્ધતિ છે.

જ્યાં સંવાદ છે, ત્યાં સંબંધ છે.
જ્યાં સંબંધ છે, ત્યાં સમજણ છે.
જ્યાં સમજણ છે, ત્યાં વિકાસ છે.
વિદાય પહેલાંઅંતિમ શબ્દ:
સાચો સંવાદ એ છે,
જ્યાં તમે બીજાને સાંભળો,
પણ સાથે સાથે પોતાને પણ શોધો.
આ પુસ્તક હવે પૂરું થાય છે –
પણ તમારી "સંવાદ યાત્રા" હવે શરૂ થાય છે.

લેખક પરિચય

ભાવિન ગોવિંદભાઈ સોની મનોવિજ્ઞાન વિષય મા નિપુંણતા ધરાવે છે. તેઓ વ્યવસાયે એક નિષ્ઠાવાન શિક્ષક છે. શિક્ષણક્ષેત્રે તેમની યાત્રા માત્ર પાઠ્યપુસ્તકો સુધી મર્યાદિત રહી નથી — તેમણે જીવનમૂલ્યો અને માનસિક વિકાસને કેન્દ્રમાં રાખીને શિક્ષણના માધ્યમ દ્વારા અનેક યુવાનોને ઉત્તેજન આપે છે.

સમાચારપત્રો માં અનેક લેખો દ્વારા પોતાના વિચારો પ્રસ્તુત કરનાર ભાવિન સોની માટે લેખન એક આંતરિક અભિવ્યક્તિ છે. આ પુસ્તક "સંવાદની શક્તિ: શિક્ષણથી જીવન સુધી" તેમની અંતઃપ્રેરણાનો પરિપ્રેક્ષ્ય છે, જેમાં સંવાદને શિક્ષણ, સંબંધો અને વ્યક્તિત્વના વિકાસ સાથે સાંકળવાનો અભિગમ છે.

તેઓ માને છે કે સંવાદ એ માત્ર ભાષા નહીં પણ સંબંધોની અદર્શ્ય ડોર છે. એથી, આ પુસ્તક સરળ ભાષામાં અને સંક્ષિપ્ત રીતે લખાયું છે — જેથી દરેક વાચક તેનો સરવાળો જીવનના કોઈને કોઈ ખૂણેથી અનુભવી શકે.

"શબ્દો તો સહજ છે... પણ સાચો સંવાદ હૃદયથી ઉદભવે છે."